இந்திய சமூகத்தின் மீது உலகமயமாக்கத்தின் தாக்கம்

க.பார்த்தசாரதி

அனைத்து 1991 இந்திய பொருளாதார சீர்திருத்தவாதிகளுக்கும்
சமர்ப்பணம்..

பொருளடக்கம்

முன்னுரை

இன்றைய சூழலில் உலகமயமாக்கல் ஒரு முக்கிய வார்த்-
தையாக மாறிவிட்டது. உலகமயமாக்கலினால் மக்களின்
வாழ்க்கையில் பல்வேறு மாற்றங்கள் ஏற்பட்டன. இது
வளர்ந்த நாடுகளில் மட்டுமல்லாது வளரும் நாடுகளிலும்
பெரும் மாற்றத்தை ஏற்படுத்தியது.

இந்நூலின் வாயிலாக உலகமயமாக்கல் பின்வருவனவற்-
றில் ஏற்படுத்திய மாற்றங்களை பற்றி அறியலாம்.

இந்திய சமூகங்களின் மீதான அதன் தாக்கம், சமூக பாரம்-
பரிய கட்டமைப்பின் மீதான தாக்கம், மதம், பண்பாடு, கலா-
சாரம், குடும்பம், கலைகள், விவசாயம், ஏழை மக்கள் மற்-
றும் சுற்றுசூழல் மீதான உலகமயமாக்கலின் தாக்கத்தை பற்றி
அறியலாம்.

1

உலகமயமாக்கல் மற்றும் இந்திய சமூகங்களின் மீதான அதன் தாக்கம்

இன்றைய சூழலில் உலகமயமாக்கல் ஒரு முக்கிய வார்த்தையாக மாறி-விட்டது. மேலும் இன்றைய உலகம் பத்து ஆண்டுகளுக்கு முன்பு இருந்-ததிலிருந்து மிகவும் வித்தியாசமானது, ஏன் நேற்று இருந்ததில் இருந்-தும் கூட இன்று வேறுபடுகிறது. இன்று வளர்ச்சி என்பது ஓர் இரவில் நடக்கிறது. இந்தியா, ஆழமான வேரூன்றிய மரபுகளைக் கொண்ட, பல கலாச்சார மற்றும் பல மதத்தை சார்ந்த மக்கள் இணைந்து வாழும் ஒரு நாடு. மேலும் உலகில் வேகமாக வளர்ந்து வரும் பொருளாதாரங்களில் ஒன்று.

இந்தியா ஒரு பழமையான நாடு, ஆனால் நவீனமான நாகரீகத்தை கொண்டது. இத்தனை ஆழமான வேரூன்றிய கலாச்சாரம் மற்றும் பல மதங்களை ஒருங்கே கொண்ட பன்முகத்தன்மை கொண்ட இந்தியா, உலகமயமாக்கலின் போதும் முன்னேறுகிறது என்பது ஒரு சுவாரஸ்ய-மான உண்மை.

இதை பார்க்கும் போது "உலகமயமாக்கல்" என்பதற்கு இந்தியா அங்கீ-

காரம் கொடுத்துள்ளதாகவே தெரிகிறது.

சுதந்திர வர்த்தகம் மற்றும் சரக்கு போக்குவரத்து இவற்றை வைத்து பார்க்கும் போது, உலகமயமாக்கல் இந்தியாவை மாற்றியுள்ளது என்பது தெளிவாகிறது. இந்தியாவின் சந்தை விற்பனையாளர் சந்தையாக இருந்து நுகர்வோர் சந்தையாக மாறியுள்ளது.

பொருளாதார விஷயங்களைப் பொறுத்தவரை, சந்தேகத்திற்கு இடமின்றி, கடந்த தசாப்தங்களில் இந்தியா விரைவான மாற்றத்தை சந்-தித்துள்ளது, இது ஒரு தொடர்ச்சியான மாற்றமாகும். உலகமயமாக்கல் என்பது பொருளாதாரம், அரசியல், தொலைதொடர்பு மற்றும் கலாச்-சாரம் உட்பட பல பரிமாணங்களில் ஒரே நேரத்தில் விரைவான சமூக மாற்றத்தை உருவாக்கும்.

உலகெங்கிலும் உள்ள வணிக மற்றும் நிதி நடவடிக்கைகளை மேம்-படுத்துவதற்காக உலக மக்கள் சமூகமயமாக்குவதை உலகமயமாக்கல் என்று குறிப்பிடலாம். வாஸ்கோடகாமா, கொலம்பஸ் மற்றும் கிழக்கிந்திய கம்பெனி தங்கள் வணிக நடவடிக்கைகளை அதிகரிக்க புதிய இடங்-களையும் வழிகளையும் தேடியதை வைத்தே இதை அறியலாம். கிழக்-கிந்திய நிறுவனங்கள் மற்றும் பிரிட்டிஷ் ஆட்சியின் கசப்பான அனுப-வங்கள், உலகமயமாக்கலுக்கு இந்தியர்களை கொஞ்சம் எச்சரிக்கையாக இருக்கச் செய்தன. இதுவே இந்தியாவில் தாராளமயமாக்கல் தாமதத்-திற்கு அடிப்படைக் காரணமாகும். எனவே உலகமயமாக்கல் என்பது அதிக வெளிநாட்டு வர்த்தகம் மற்றும் வெளிநாட்டு முதலீடு மூலம் நாடு-களின் விரைவான ஒருங்கிணைப்பு செயல்முறை என்று நாம் வரைய-றுக்கலாம்.

வளர்ந்த நாடுகள், வர்த்தகத்தை தாராளமயமாக்கவும், வணிகக் கொள்கைகளில் அதிக நெகிழ்வுத்தன்மையை அனுமதிக்கவும், பன்-னாட்டு நிறுவனங்களுக்கு வளரும் நாடுகள் தங்கள் உள்நாட்டு சந்-தையில் சம வாய்ப்புகளை வழங்கவும் முயற்சி செய்கின்றன. சர்வதேச நாணய நிதியம் (IMF) மற்றும் உலக வங்கி இந்த முயற்சியில் அவர்-களுக்கு உதவிவருகின்றன.

தாராளமயமாக்கல், இந்தியா போன்ற வளரும் நாடுகளில் எலக்ட்-ரானிக் பொருட்கள் மீதான கலால் வரிகளை ஒரு குறிப்பிட்ட காலக்-கட்டத்தில் குறைப்பதன் மூலம் அதன் காலடியை பிடிக்கத் தொடங்கி-யது. உலக வர்த்தக அமைப்பின் அழுத்தம் காரணமாக இந்திய அரசும்

அதை செய்து வர்த்தகம் மற்றும் முதலீட்டை தாராளமயமாக்கியது. MNCகள் இந்தியாவில் சமத்துவமாக செயல்பட, இறக்குமதி வரிகள் குறைக்கப்பட்டன. இதன் விளைவாக உலகமயமாக்கல் இந்தியாவிற்கு புதிய தொழில்நுட்பங்கள், புதிய தயாரிப்புகள் மற்றும் பொருளாதார வாய்ப்புகளை கொண்டு வந்தது. அதிகாரத்துவம், உள்கட்டமைப்பு இல்-லாமை, மற்றும் தெளிவற்ற கொள்கை ஆகியவை இந்தியாவில் செயல்-படும் பன்னாட்டு நிறுவனங்களுக்கு (MNC) தடையாக இருந்தாலும், இன்னும் அவர்கள் இந்திய சந்தையை பெரிய அளவில் பார்க்கிறார்கள். மேலும் நாட்டில் R&D மையங்களை அமைக்க பெரும் முதலீடுகளை செய்து வருகின்றனர். IT, வணிக செயலாக்கம் மற்றும் R&D ஆகிய-வற்றில் வளரும் மற்ற பொருளாதாரங்களை விட இந்தியா முன்னணி-யில் உள்ளது.

இந்தியாவில் சமூக மற்றும் கலாச்சார விழுமியங்களில் உலகமய-மாக்கல் என்பது நேர்மறை மற்றும் எதிர்மறை என இருவகை தாக்கத்-தையும் ஏற்படுத்தியுள்ளது. உலகமயமாக்கல் வேலைவாய்ப்புக்கான புதிய பார்வைகளைத் திறந்து மக்களின் வாழ்வில் மகிழ்ச்சியைக் கொண்டு வந்துள்ளது என்பதை மறுப்பதற்கில்லை. இது இந்நாட்டின் கலாச்சார பாரம்பரியத்திலும் மாற்றத்தை ஏற்படுத்தியுள்ளது.

பொருளாதார தாராளமயமாக்கல் மற்றும் உலகமயமாக்கல் காரண-மாக, உலகம் "உலகளாவிய கிராமமாக" மாறிவிட்டது. பல்வேறு நாடுக-ளின் மக்களிடையே தொடர்பு அதிகரித்து வருகிறது. இதன் விளைவாக உணவுப் பழக்கம், உடை பழக்கம் மற்றும் வாழ்க்கை முறை அம்சங்கள் சர்வதேச மயமாக்கப்படுகின்றன.

2

சமூக பாரம்பரிய கட்டமைப்பின் மீதான தாக்கம்

பாரம்பரிய இந்திய கலாச்சாரம் ஒப்பீட்டளவில் கடினமான சமூக படிநிலையை கொண்ட ஒன்று. சிறு வயதிலிருந்தே, குழந்தைகள் சமூகத்தில் அவர்களின் பங்கினை உணர்த்தி வளர்க்கப்படுகின்றனர். இந்தியாவில் பல வேறுபாடுகள் கொண்ட மதம் போன்றவை கலாச்சாரத்தை பிரிக்கின்றன. இருப்பினும், பாரம்பரிய தொழிலை பின்பற்றி வரும் இந்தியர்கள், குறைந்த அளவிலேயே தொழிலுக்கென இடம்பெயர்கின்றனர். மக்கள் தங்கள் பெற்றோரைப் போலவே அதே தொழிலைத் தேர்வு செய்கிறார்கள் மற்றும் சமூகத்தில் அரிதாகவே புவியியல் ரீதியாக நகர்கிறார்கள்.

ஆனால் உலகமயமாக்கலுக்கு பிறகு, இதில் மாற்றம் வந்துள்ளதை வெளிப்படையாக அறியலாம்.

3

மதத்தின் மீதான தாக்கம்

இந்து, பௌத்தம், சமணம் மற்றும் சீக்கியம் போன்ற தர்ம மதங்களின் பிறப்பிடம் இந்தியா. உலகிலேயே பல மதங்களை கொண்டுள்ள நாடுகளில் இந்தியாவும் ஒன்று. மதம் இன்னும் இந்திய மக்களின் வாழ்க்கையில் ஒரு மைய மற்றும் உறுதியான பாத்திரத்தை வகிக்கிறது. இந்திய மக்களின் வாழ்க்கையில் மதத்தின் வலுவான பங்கு இருந்தபோதிலும், அனைவரும் நாத்திகம் மற்றும் அஞ்ஞானவாதிகள் போன்றோரும் கூட இந்தியாவில் மற்ற மதங்களுக்கு மதிப்பளித்து சுய-சகிப்புத்தன்மையுடன் வெளிப்படையாகவும் வாழ்ந்து வருகின்றனர்.

இந்நிலையில் இந்தியாவில் கிறிஸ்தவ மதத்திற்கு மாறிய சில இந்தியர்கள், கிறிஸ்தவ மதத்துடன், பிரிட்டிஷ் அல்லது மேற்கத்திய கலாச்சாரம், சிந்தனை மற்றும் பழக்கவழக்கங்கள் நமது பாரம்பரிய மதங்கள் மற்றும் கலாச்சாரங்கள் மத்தியில் சற்றே மாற்றத்தை கொண்டுவந்தனர். இது உலகமயமாக்கல், இந்திய மதத்தின் மீது ஏற்படுத்திய தாக்கமாகவும் கருதலாம்.

4

குடும்பத்தின் மீதான தாக்கம்

இந்தியாவில் பல ஆண்டுகளாக கூட்டுக் குடும்ப அமைப்பு நடைமுறை-யில் உள்ளது. இந்திய சமூகத்தில் பல நூற்றாண்டுகளாக நிச்சயிக்கப்-பட்ட திருமணங்கள் பாரம்பரியமாக உள்ளது. பெரும்பான்மையான இந்-தியர்கள் மணமக்கள் மற்றும் மணமகளின் சம்மதத்துடன், அவர்களது பெற்றோர் மற்றும் பிற மரியாதைக்குரிய குடும்ப உறுப்பினர்களால் தங்-கள் திருமணங்களைத் திட்டமிடுகின்றனர்.

சட்டத்தின் முன் பெண்களும் ஆண்களும் சமம் மற்றும் பாலின சமத்துவத்திற்கான போக்கு கவனிக்கத்தக்கது என்றாலும், இந்திய சமூ-கத்தில் பெண்களும் ஆண்களும் இன்னும் தனித்துவமான செயல்பாடு-களை ஆக்கிரமித்துள்ளனர். சமூகத்தில் பெண்ணின் பங்கு பெரும்பாலும் வீட்டு வேலைகள் மற்றும் சமூக நலன் சார்ந்த வேலைகளைச் செய்து வருகின்றனர்.

ஆனால் உலகமயமாக்கலுக்கு பிறகு இந்திய ஆண்கள் மட்டுமல்ல, பெண்களின் வாழ்க்கையிலும் பெரும் மாற்றத்தை நாம் காணலாம். கணினி மற்றும் தொழில்நுட்ப வேலைகள் மட்டுமல்லாமல் அரசு மற்றும் அதன் அமைப்பு சார்ந்த தொழில்களுக்காக நகரத்தை நோக்கி நகர்வ-தும், திருமணம் மற்றும் தனி குடும்பம் என பல்வேறு வகையில் உலக-மயமாக்கல்/தாராளமயமாக்கல் மாற்றத்தை ஏற்படுத்தியுள்ளது.

க.பார்த்தசாரதி

5

திருவிழாக்களின் மீதான தாக்கம்

இந்தியா, பல கலாச்சார மற்றும் பல மத சமூகமாக இருப்பதால், பல்-வேறு மதங்களின் பண்டிகைகள் கொண்டாடப்படுகிறது. இந்தியாவில் உள்ள 4 தேசிய விடுமுறைகள், சுதந்திர தினம், குடியரசு தினம், மே தினம் மற்றும் காந்தி ஜெயந்தி தவிர பிரபலமான மத விழாக்களில் தீபாவளி, துர்கா பூஜை, ஹோலி, ரக்ஷாபந்தன், தசரா, ரம்ஜான் போன்ற பண்டிகைகள் கொண்டாடப்படுகின்றன.

மேலும் மாநிலங்களுக்கென தனித்தனியான பொங்கல், மகர சங்க-ராந்தி போன்ற சிறப்பு வாய்ந்த பண்டிகைகளும் கொண்டாடப்படுகின்றன. இருப்பினும், உலகமயமாக்கலுக்கு பிறகு திருவிழாக்களில் மாற்றங்களும், கொண்டாடப்படும் விதத்திலும் பல மாற்றங்கள் வந்துள்ளன. மேலும் பல மேலை நாடுகளும் இந்திய பண்டிகைகளை கொண்டாடுவதையும் காண-லாம்.

6

பாரம்பரிய இந்திய ஆடைகள் மீதான தாக்கம்

பெண்களுக்கான பாரம்பரிய இந்திய ஆடைகள் புடவைகள் மற்றும் காக்ரா சோளிகள் ஆகும். ஆண்களுக்கான பாரம்பரிய உடைகள் வேட்டி, குர்தா. தென்னிந்தியாவில் ஆண்கள் நீளமான சட்டையுடன் வேட்டி அணிவது வழக்கம். பெண்கள் எளிமையான அல்லது ஆடம்பரமான ரவிக்கையின் மேல் புடவையை அணிவார்கள். பாரம்பரியமாக, சிவப்பு குங்குமம் (அல்லது சிந்துர்) திருமணமான இந்து பெண்கள் மட்டுமே வைப்பர், ஆனால் இப்போது அது பெண்களின் நாகரீகத்தின் ஒரு பகுதியாக மாறிவிட்டது.

மேற்கத்திய ஆடைகள், மேற்கத்திய மற்றும் துணைக் கண்ட நாகரீகத்தின் இணைவு ஆகியவற்றால் இன்றைய பாரம்பரிய இந்திய ஆடைகள் மாற்றத்தை கண்டு, இன்று பல்வேறு மேற்கத்திய ஆடை முறைகள் வழக்கத்தில் உள்ளன.

7

கலை நிகழ்ச்சிகளின் மீதான தாக்கம்

இந்தியாவின் இசை மற்றும் கலைகள் - மத, நாட்டுப்புற, பிரபலமான பாப் மற்றும் பாரம்பரிய இசையின் பல வகைகளை உள்ளடக்கியது. இந்தியாவின் பாரம்பரிய இசையில் இரண்டு தனித்துவமான பாணிகள் உள்ளன, அவை கர்நாடக மற்றும் இந்துஸ்தானி இசை. இது மத உத்-வேகம், கலாச்சார வெளிப்பாடு மற்றும் பொழுதுபோக்கிற்கு காரணமாக உள்ளது.

இந்திய நடனமும் பல்வேறு நாட்டுப்புற மற்றும் பாரம்பரிய வடிவங்-களைக் கொண்டுள்ளது. பரதநாட்டியம், கதக், கதகளி மோகினியாட்டம், குச்சிப்புடி, ஒடிசி ஆகியவை இந்தியாவில் பிரபலமான நடன வடிவங்-கள்.

போதிதர்மர் போன்றவர்கள் இந்திய தற்காப்புக் கலைகளின் சிறந்த பயிற்சியாளர்கள், இந்திய தற்காப்புக் கலைகளை சீனாவுக்குக் கொண்டு சேர்த்தனர்.

உலகமயமாக்கலின் தாக்கம்:

- இந்திய பாரம்பரிய இசை உலக அளவில் அங்கீகாரம் பெற்றுள்ளது.
- நம் நாட்டில் மேற்கத்திய இசை மிகவும் பிரபலமாகி வருகிறது.

- மேற்கத்திய இசையுடன் இந்திய இசையை இணைப்பது இசைக்கலைஞர்களிடையே வழக்கமாக மாறி வருகிறது.
- உலகளவில் அதிக இந்திய நடன நிகழ்ச்சிகள் நடத்தப்படுகின்றன.
- பரதநாட்டியம் கற்கத் துடிக்கும் வெளிநாட்டவர்களின் எண்ணிக்கை அதிகரித்து வருகிறது.
- ஜாஸ், ஹிப் ஹாப், சல்சா, பெல்லி போன்ற மேற்கத்திய நடன வடிவங்கள் இந்திய இளைஞர்களிடையே பிரபலமாகிவருவது உலகமயமாக்கலின் தாக்கம் என்றால் அது மிகையாகாது.

8

விவசாயத்தின் மீதான தாக்கம்

உலகமயமாக்கல் விவசாயத்தில் எந்த ஒரு நேர்மறையான தாக்கத்தையும் ஏற்படுத்தவில்லை. மாறாக, உணவு தானியங்கள், சர்க்கரை விலை உயர்வு ஏற்படும் போதெல்லாம் இவற்றை இறக்குமதி செய்ய அரசாங்கம் எப்போதும் தயாராக இருப்பதால், இந்த பொருட்களின் விவசாயத்தின் மீது இது சில விளைவுகளை ஏற்படுத்தியுள்ளது.

அரசு, விவசாயிகள் அதிக உணவு தானியங்களை உற்பத்தி செய்-வதற்காக அதிக விலை கொடுக்க நினைக்காமல் இறக்குமதியை நாடு-கிறது. மறுபுறம், மானியங்கள் குறைந்து வருவதால் உற்பத்திச் செலவு அதிகரித்து வருகிறது. உரங்களை உற்பத்தி செய்யும் பண்ணைகள் கூட இறக்குமதியால் பாதிக்கப்பட வேண்டியுள்ளது. GM பயிர்கள், களைக்-கொல்லி எதிர்ப்பு பயிர்கள் போன்றவற்றை அறிமுகப்படுத்துவது போன்ற அச்சுறுத்தல்களும் விவசாயத்தின் மீது தாக்கத்தினை ஏற்படுத்தியுள்ளன.

9

இந்திய வணிக கலாச்சாரத்தில் உலகமயமாக்கலின் தாக்கம்

இந்தியப் பொருளாதாரம் கடந்த சில ஆண்டுகளாகவே ஏற்றம் கண்டு வருகிறது. இது நாட்டின் எதிர்காலத்திற்கான பெரும் வாக்குறுதியைக் கொடுக்கிறது. தாராளமயமாக்கப்பட்ட வெளியுறவுக் கொள்கைகள் நாட்டின் மக்கள் மற்றும் பல பன்னாட்டு நிறுவனங்களின் தொழில் முனை-வோர் உணர்வைக் கட்டவிழ்த்துவிட்டன. இதனால் ஏற்கனவே நாடு முழுவதும் பெரிய அலுவலகங்களை அவை அமைத்திருக்கின்றன.

வெளிநாட்டு கலாச்சாரம், மக்கள் மற்றும் வணிக நிறுவனங்கள் மீது நேர்மறை மற்றும் எதிர்மறையான தாக்கத்தை ஏற்படுத்தும். சிந்தனை மற்றும் வேலை செய்வதற்கான புதிய வழிகள் அதிக செயல்திறனுக்கு வழிவகுக்கும். வணிக நடைமுறைகளில் வெளிநாட்டு கலாச்சாரத்தின் தாக்கத்தின் சில எடுத்துக்காட்டுகள் கீழே கொடுக்கப்பட்டுள்ளன:

* இந்திய நிறுவனங்கள் சர்வதேச தரத்தை பின்பற்றத் தொடங்கிவிட்டன .

- சரக்கு போக்குவரத்தில் சரியான நேரத்தை பின்பற்றுவது மற்றும் சரக்குக் கட்டுப்பாட்டின் மற்ற மேன்மையான நுட்பங்கள்.
- மனித வள மேலாண்மையின் புதிய நடைமுறைகள்.
- சமூக பொறுப்பு மற்றும் வணிக நெறிமுறைகள் குறித்த மேம்பட்ட யோசனைகள்.
- கார்ப்பரேட் நிர்வாக நடைமுறைகளில் முன்னேற்றம்.
- வாடிக்கையாளர் உறவு மேலாண்மை நடைமுறைகள்.
- வெளிநாட்டு நிதி வரத்து.
- வெளிநாட்டு தயாரிப்புகளுடன் ஆரோக்கியமான போட்டி.

தற்போதைய சூழ்நிலையில் இந்தியாவில் வணிகத் துறை மிகவும் நம்பிக்கைக்குரியதாக உள்ளது. உலகமயமாக்கலின் தாக்கம் இந்தியாவில் உள்ள வணிக நடைமுறையை உளவியல், வழிமுறை, தொழில்நுட்பம், மனப்போக்கு மற்றும் பணி கலாச்சாரம் போன்றவற்றில் மாற்றங்களை ஏற்படுத்தியுள்ளது. இந்திய தொழில்களின் முன் நாளுக்கு நாள் உள்ள புதிய சவால்கள், புதிய வாய்ப்புகள் லாபகரமான மற்றும் வளமையான வருங்காலத்தை உருவாக்கவல்லவை.

இந்தியாவில் வணிகம் செய்வதற்கான அடிப்படை நோக்கம் அதன் மக்களிடம் உள்ளது. இந்தியாவின் மிகப்பெரிய மக்கள்தொகை நுகர்-வோரின் ஒரு பெரிய நிறைவுறா சந்தையை உருவாக்கியுள்ளது. உலக-ளாவிய நிறுவனங்கள் இந்தியாவில் வணிகம் செய்வதில் அதிக ஆர்வம் காட்டுவதற்கு இதுவும் ஒரு காரணம்.

உலகமயமாக்கலுக்குப் பிந்தைய காலத்தில், தாராளமயமாக்கப்பட்ட கொள்கைகள் மற்றும் பாராளுமன்றத்தின் மூலம் இந்திய அரசும் இந்த விஷயத்தில் மிக முக்கியமான மற்றும் ஆதரவான பங்கைக் கொண்டி-ருப்பதால், உலகளாவிய பன்னாட்டு நிறுவனங்களுக்கு இந்திய சந்தை மீதான ஆர்வம் அதிகரித்து வருகிறது .

தாராளமயமாக்கலுக்குப் பின் இந்தியாவில் ஏற்பட்டுள்ள சில மாற்-றங்களைப் பார்ப்போம்:

- விவசாயத் தொழிலாளர்களில் இருந்து தொழில் துறைக்கு மக்கள் மாறுகிறார்கள்.

- நகரமயமாக்கல் – மக்கள் கிராமத்திலிருந்து நகர்ப்புறங்களுக்கு மாறி வருகின்றனர்.
- ஏற்றுமதி இறக்குமதி வர்த்தக சந்தை ஏற்றம்.
- தயாரிப்புகளுக்கான பெரிய திறந்த நிறைவுற்ற சந்தை.
- உயர் தரம் மற்றும் குறைந்த விலை தயாரிப்புக்கான வளர்ந்து வரும் சந்தை.
- பெருகிவரும் வணிக இணைப்புகள் மற்றும் கையகப்படுத்துதல்கள்.
- வெளிநாட்டு பன்னாட்டு நிறுவனத்திற்கான தெளிவான உரிமக் கொள்கைகள்.
- உயர் வளர்ச்சி விகிதம் இந்தியாவில் பொருளாதார செழிப்பைக் காட்டுகிறது. உலக அளவில் இந்திய சந்தை முன்னணியில் உள்ளது.

ஆனால் இந்தியாவில் உலகமயமாக்கல் தாக்கத்திற்குப் பின் சில எதிர்மறையான தாக்கங்கள் ஏற்பட்டுள்ளன, அவை பின்வருமாறு

- வருமானத்தில் ஏற்றத்தாழ்வு.
- விரைவான தனியார்மயமாக்கல், அரசாங்கத்தால் இயக்கப்படும் பொதுத்துறை நிறுவனங்கள் விற்பனைக்கு வருகின்றன.
- பல்வேறு துறைகளைப் பொறுத்தமட்டில் சீரற்ற வளர்ச்சி.
- தீவிர இயந்திரமயமாக்கல் உடல் உழைப்புக்கான தேவையை குறைக்கிறது.
- தனியார் துறையால் ஊழியர் மற்றும் நுகர்வோர் சுரண்டல் அதிகரித்து வருகிறது.

10

இந்தியப் பொருளாதாரம் மற்றும் சமூகத்தில் உலகமயமாக்கலின் பாதகமான தாக்கம்

இந்தியாவில் உலகமயமாக்கல் பல பொருளாதார ஆதாயங்களை ஏற்-படுத்திய போதிலும், இதனால் சில பாதகங்களும் ஏற்பட்டுள்ளன என்-பதை மறுப்பதற்கில்லை. உலகமயமாக்கல் காரணமாக தொழில்களின் விரைவான வளர்ச்சி அனைவருக்கும் நன்மைகளை கொண்டு வரவில்லை. இந்த வளர்ச்சியானது இந்திய சமூகத்தில் பல்வேறு துறை-களில் குறிப்பிட்ட குழுக்களின் நிலைமைகளை மேலும் மோசமாக்கியுள்-ளது என்று குறிப்பிட்டாக வேண்டும். உலகமயமாக்கல் பல தனிநபர்-களுக்கு வேலை வாய்ப்புகளை உருவாக்குவதற்கு வழிவகுத்தது, அதே நேரத்தில் உலகமயமாக்கல் அமைப்புசாரா துறையில் உள்ள மக்களின் வாழ்க்கையில் பல பாதகங்களையும் ஏற்படுத்தியது.

தொழிலாளர் சட்டத்தில் முறைசாரா துறை சேர்க்கப்படவில்லை என்பதை கவனத்தில் கொள்ள வேண்டும். உதாரணமாக, பொது வேலை நிலைமைகள், வேலை நேரம், பாதுகாப்பு மற்றும் சுகாதாரம், குழந்தை தொழிலாளர் தடை, மற்றும் அடிப்படை வசதிகள் பற்றி பேசும் "1948 தொழிற்சாலைகள் சட்டத்திற்கு" முறைசாரா தொழிலாளர்கள் உட்பட்ட-வர்கள் அல்ல.

உலகமயமாக்கல் இந்தியாவுக்குள் நுழைந்துள்ள இந்நிலையில், அதன் விளைவுகள் முறைசாராத் துறையில் உள்ள தொழிலாளர்களுக்கு விரும்பத்தகாதவை ஆகவும், மோசமான உடல்நலம், மோசமான வேலை நிலைமைகள் மற்றும் அடிமைத்தனத்தையும் விளைவித்துள்ளது. உதா-ரணமாக, இந்தியாவில் வேலையாட்களின் எண்ணிக்கையில் அளவில் இரண்டாவதாக இருக்கும் கட்டுமானத் தொழிலில் முதலாளிகள், வேலையாட்களின் வேலை நிலைமைகளைக் கருத்தில் கொள்வதில்லை. இதில் ஏற்படும் ஆபத்துகளைப் பற்றி முதலாளிகள் கவலைப்படுவ-தில்லை. இடிந்து விழும் கட்டமைப்புகள், மின்கசிவு மற்றும் சேற்றில் புதைந்து போவது போன்ற கடுமையான காயங்கள் மற்றும் இறப்புகளுக்கு காரணமாக உள்ளன. ஆக, உலகமயமாக்கலின் கீழ் தொழிலாளர்களின் நிலை பரிதாபமாக உள்ளது.

மீன் பதப்படுத்தும் தொழிலும் உலகமயமாக்கலினால் பாதகமான விளைவுகளை கண்டுள்ளது. இத்தொழிலில் பணிபுரியும் புலம்பெயர்ந்த பெண்கள் மோசமான பணி நிலைமைகளுக்கு ஆளாகின்றனர். அவர்கள் கிட்டத்தட்ட சிறைபிடிக்கப்பட்டவர்கள், சுகாதாரமற்ற நிலையில் வேலை செய்ய வேண்டிய கட்டாயத்தில் உள்ளனர். நீண்ட மணிநேரம் குறைந்-தபட்ச ஊதியம் இல்லாமலும், பாலியல் துன்புறுத்தல் உட்பட பல்வேறு வகையான வற்புறுத்தலுக்கு ஆளாகின்றனர். உலகமயமாக்கலின் எதிர்-மறையான தாக்கம் இந்திய விவசாயத் துறையிலும் உணரப்படுகிறது.

உற்பத்தியை அதிகரிக்கும் அதே நேரத்தில் செலவைக் குறைக்கும் நோக்கத்துடன் லாபத்தைப் பெருக்க வேண்டும் என்பதற்காகவும் உலகச் சந்தையில் போட்டித்தன்மையுடன் இருக்க வேண்டும் என்பதற்காகவும் மனிதர்கள் இயந்திரங்களாக மாற்றப்பட்டுள்ளனர். இந்த வகையான 'அடிமைத்தனம்' பரவலாக இல்லை என்றாலும் கூட கிராமப்புறங்களில் குறிப்பாக காணப்படுகிறது. தாராளமயமாக்கலுக்குப் பிறகு ஏற்றுமதி தொழிலில் குழந்தைத் தொழிலாளர்களின் எண்ணிக்கை அதிகரிப்பைக்

கண்டுள்ளது. குழந்தைககளை வேலையில் அமர்த்தக் கூடாது என்பது தெளிவாகத் தெரிந்தாலும் கூட அதிகமான குழந்தைகள் தொழிற்சாலை-களில் வேலை செய்யத் தள்ளப்பட்டுள்ளனர். குழந்தைகளை பாதுகாக்-கும் சட்டங்கள் இருந்தாலும், இந்தியாவில் மட்டுமே குழந்தைகள் நீண்ட நேரம் வேலை செய்ய வேண்டிய கட்டாயத்தில் உள்ளனர்.

மேற்கூறிய நிகழ்வுகளிலிருந்து, உலகமயமாக்கல் இந்தியாவிற்கு பொருளாதார ஆதாயங்களை ஏற்படுத்தியதைப் போலவே, தொழில்து-றைகளில் பணிபுரியும் மக்கள் மோசமான வேலை நிலைமைகளுக்கு ஆளாவதுடன் மிகவும் வறுமையில் வாடுகிறார்கள் என்பது தெளிவாகி-றது. எனவே, உலகமயமாக்கல் பணக்கார தொழிலதிபர்கள் மற்றும் பன்-னாட்டு நிறுவனங்களுக்கு மட்டுமே ஆதாயங்களை விளைவித்துள்ளது என்று வாதிடலாம். பணக்காரர்களுக்கும் ஏழைகளுக்கும் இடையிலான இடைவெளியை கற்பனை செய்து பார்க்க முடியாத அளவுக்கு உயர்த்-தியது இந்த உலகமயமாக்கல்.

11

சுற்றுச்சூழல் மீதான தாக்கம்

குறிப்பிட்ட குழுக்கள் மற்றும் தனிப்பட்ட மக்களின் மீதான இந்த தாக்-
கங்களைத் தவிர, உலகமயமாக்கல் மாசுபாடு மற்றும் காடுகள் அழிப்பு
மூலம் சுற்றுச்சூழலை அழிப்பதிலும் பங்களித்துள்ளது. நிறுவனங்களின்
கட்டுமானத்துடன், உற்பத்தியின் மூலம் வெளியேறும் தொழிற்சாலை
கழிவுகள் சுற்றுச்சூழல் மாசுபாட்டிற்கு காரணமாக உள்ளன. இது பல
மக்களின் ஆரோக்கியத்தை மேலும் பாதிக்கிறது. மேலும் நிறுவனங்க-
ளின் கட்டுமானம் மனிதர்கள் மற்றும் பிற விலங்குகளின் உயிர்வாழ்வி-
டங்களை அழிப்பதிலும், முக்கியமான காடுகளையும், தாவரங்களையும்
அழிக்கிறது.

12

புலம்பெயர்ந்த இந்தியர்களின் மீது உலகமயமாக்கலின் தாக்கம்

பல துறைகளில் பல மாற்றங்களை ஏற்படுத்திய உலகமயமாக்கல் உலகெங்கிலும் உள்ள இந்திய புலம்பெயர்ந்தோர் மீது சாதகமான தாக்கத்தை ஏற்படுத்தியுள்ளது. இந்திய புலம்பெயர்ந்தோர் வலுவாக மாறியது மட்டுமல்லாமல், வணிகத் துறை, கணினி சம்பந்தப்பட்டத் துறை, ரியல் எஸ்டேட் மற்றும் ஏஞ்சல் முதலீட்டாளர்கள் போன்ற பல்வேறு திறன்களில் முன்னேற்றம் பெற்றனர். இது இந்தியாவில் மட்டுமல்ல, பெரும்பாலான வளரும் நாடுகளிலும் பொருளாதார முன்னேற்றத்தை ஏற்படுத்தியது.

உலகமயமாக்கல் அடிப்படையில் பொருளாதாரம், கலாச்சாரம், அரசியல் மற்றும் சமூகவியல் ஆகிய பகுதிகளை உள்ளடக்கியது. பொருளாதார முன்னேற்றத்தில் உலகமயமாக்கல் மிகப்பெரிய மூலதனப் பாய்ச்சலையும், புவியியல் எல்லைகளைக் கடந்த தொழிலாளர் சக்தியையும் உண்டாக்கியது. இந்தியாவில் IT/ITES துறையின் முன்னேற்றத்திற்கு முக்கியமான காரணமாக உலகமயமாக்கல் இருக்கிறது.

புலம்பெயர்ந்தோர் வளர்ச்சியின் முகவர்களாக மாறிவிட்டனர். வளர்ந்த நாடுகளிலிருந்து வளரும் நாடுகளுக்கு அனுப்பப்படும் மொத்தப் பணப் பரிமாற்றம் ஏற்றத்தைக் கண்டுள்ளது.

13

கிராமப்புற ஏழைகள் மீதான உலகமயமாக்கலின் தாக்கம்

கிராமப்புற விவசாயிகளுக்கு உலகப் பொருளாதார அமைப்பு பற்றி அதிகமான புரிதல் இல்லை. பெரும்பாலான உணவுப் பயிர்கள் பணப்பயிராக மாற்றப்படுகின்றன. பெரும்பாலான விவசாயிகள் வங்கிகள் மற்றும் MNC களில் இருந்து முன்கூட்டியே கடன் பெறுகின்றனர். அவர்கள் கலப்பின நாற்றுகள், மிகவும் மேம்பட்ட உபகரணங்கள் மற்றும் உரங்களை சப்ளை செய்கின்றனர். இந்த உபகரணப் பயன்பாடு மனித உழைப்பைக் குறைக்கிறது.

இதனால் கிராமப்புற மக்கள் தங்கள் வாழ்வாதாரத்திற்காக கூலித் தேவைக்காக இடம் விட்டு இடம் மாறி வருகின்றனர். இயற்கை உரம் செயற்கை உரங்களால் மாற்றப்படுகிறது. உணவுப் பயிர்களை விட்டு ஏற்றுமதி பயிர்களுக்கு மாறுவதால், உணவுப் பொருட்களின் விலை உயர்வதாலும், ஏழை மக்கள் தங்கள் சொற்ப வருமானத்தில் வாழ தள்ளப்படுகின்றனர். ஆடை, வீடு, போக்குவரத்து, சுகாதாரம் போன்ற மக்களின் அடிப்படைத் தேவைகளைக் கூட பூர்த்தி செய்ய முடியாத நிலைக்கு

அவர்கள் தள்ளப்படுவதைக் காணலாம்.

உலகில் உள்ள ஏழைகளில் நான்கில் ஒரு பங்கிற்கும் அதிகமானோர் இந்தியாவில் வாழ்கின்றனர். வளர்ந்து வரும் சமத்துவமின்மையின் காரணமாக, ஏழைகளின் நுகர்வு சராசரி நுகர்வு போல வேகமாக உயரவில்லை. கல்வியறிவு, நீர், வடிகால், வீடு, மின்சாரம், விளக்கு, உணவு மற்றும் போக்குவரத்து போன்ற வாழ்க்கை வசதிகள் கிடைப்பது உள்ளிட்டவற்றில் காணப்படும் பரந்த வேறுபாடுகள் காரணமாக கிராமப்புற மற்றும் நகர்ப்புறங்களுக்கு இடையிலான இடைவெளி விரிவடைந்துள்ளது.

14

உலகமயமாதலால் கலாச்சாரப் பெருக்கம்

உலகமயமாக்கல் பூர்வீக கலாச்சாரங்களை நீர்த்துப்போகச் செய்தது, கலாச்சாரத்தை நீர்த்துப்போகச் செய்வதை விட, அது கலாச்சாரப் பெருக்கத்திற்கு வழிவகுத்தது என்று கூறலாம். உலகமயமாக்கலில் WTO, ILO மற்றும் உலக வங்கி போன்ற சர்வதேச அமைப்புகளுக்கு மிகப் பெரிய பங்கு இருந்ததோடு இது நாடுகளுக்கிடையேயான இடை-வெளிகளைக் குறைத்தது, கலாச்சாரங்களின் தொடர்பு மற்றும் இணைவு துணை கலாச்சாரங்களையும் உருவாக்கியது. மேலும் உலகமயமாக்கல் "காலநிலை மற்றும் உணவுப் பாதுகாப்பு" போன்ற முக்கியமான பிரச்-சினைகளுக்கான பேச்சுவார்த்தைகளுக்கு ஒரு மேடையை அமைத்துள்-ளது.

உலகமயமாக்கல் உலகின் சமூக கட்டமைப்பு, குறிப்பாக நடுத்தர வர்க்கத்தின் நுகர்வு முறையை மாற்றியது மட்டுமல்லாமல் பொருளாதார வளர்ச்சியில் நேர்மறையான தாக்கத்தை ஏற்படுத்தியது மற்றும் ஜனநாயக சிந்தனைகளை வளர்ப்பதில் உதவியது.

தகவல் மற்றும் தொடர்பு தொழில்நுட்பங்களின் (ICT) அதிகரித்து வரும் பயன்பாடு, சந்தைகள் பற்றிய அதிக விழிப்புணர்வும், மூலதன

வளங்கள் பற்றிய அறிவும் சர்வதேச போட்டி மற்றும் வர்த்தகத்தின் கதவுகளைத் திறந்துவிட்டன. மறைமுகமாக உலகமயமாதலை வளர்க்கும் இந்த தொழில்நுட்பங்களால் உலகம் இன்று நெருங்கிய இடமாக மாறி-யுள்ளது. ஆனால் போதிய கல்வியறிவு இல்லாத குடிமக்களுக்கு, டிஜிட்-டல் பிளவு அவர்களின் முன்னேற்றத்திற்கு மேலும் தீங்கு விளைவிப்ப-தாக இருப்பது நிரூபணமாகிறது.

Books By This Author

1. 15 Inspiring Stories about SWAMI VIVEKANANDA

Swami Vivekananda was an influential Indian figure who played a key role in reviving Hinduism in modern-day India and introducing it to the rest of the world. Some of his books include Bhakti Yoga, Raja Yoga, Karma Yoga, The East And The West, Pearls Of Wisdom, Jnana Yoga, My India, The India Eternal, Practical Vedanta, and the poem Kali The Mother. He also wrote many poems and songs. His writing was philosophical, lucid, and infused with humour. His writings adhered to his belief that language written or spoken must be simple and easy to understand.Vivekananda conducted hundreds of public and private lectures and classes, disseminating tenets of Hindu philosophy in the U.S., England and Europe. In India, Vivekananda is regarded as a patriotic saint and his birthday is celebrated as National Youth Day in India.

From this book you get to know about 15 Inspiring Stories of Swami Vivekananda.

2. HOW TO IMPROVE KIDS SELF MANAGEMENT SKILLS

To raise successful, happy, confident children, we need to teach them to do their job themselves. You cannot raise happy children by doing everything for children or by making their worlds easily and comfortably. You can raise happy children by encouraging them to pursue interests and goals.
For this self Management skills are more important one. If they learn these skills before becoming teens, sure they going to win this world. In this book, explained detailly about importance of self management skills and how we can improve kids self management skills. So this will be a good parenting guide.

3. Spiritual Thoughts of The Buddha

Gautama Buddha lived between 563 BC and 483 BC. Buddhism was formed based on his ideology. His given name is "Siddhartha Gautama". He later attained enlightenment and became the Buddha (enlightened). His teachings and thoughts have inspired millions of people across the world, and it continues to inspire millions even today.

This book contains some of his great thoughts. Ans sure this will enlighten your life and induce to know more about Buddhist thoughts.

4. CHE GUEVARA

உலகில் புரட்சி எனும் வார்த்தை மனதில் தோன்றும் போதெல்லாம் கூடவே நினைவில் தோன்றும் மனிதராக இருப்பவர் - சே குவேரா. இப்புத்தகத்தின் மூலம் அவரது முழு புரட்சி வரலாற்றை நீங்கள் அறியலாம்.

பின்வரும் தலைப்புகளின் கீழ் அவரது வரலாறு விவரிக்கப்-பட்டுள்ளது.

புரட்சிகர பயணம்

ஃபிடல் காஸ்ட்ரோ நட்பு

கியூப வெற்றி

சோவியத் ஏமாற்றம்

அடுத்த புரட்சி பயணம்

பொலிவிய பயணத் தொடக்கம்

பொலிவிய புரட்சி போராட்டம்

விவசாயி காட்டிக்கொடுத்தல்

இறுதி போராட்டம்

சே குவேரா மறைவு

தீர்க்கதரிசி

5. <u>ஊக்குவிக்கும் தன்னம்பிக்கை கதைகள்/ Motivational Stories</u>

எழுச்சியூட்டும் கதைகள் ஒருவரின் வாழ்க்கையையும் எண்-ணங்களையும் மாற்றும் சக்தியைக் கொண்டுள்ளன. சவால்-களை துணிச்சலுடன் எதிர்கொள்ளவும், வாழ்க்கையில் உயரத்தை எட்டவும் நம்மை ஊக்குவிக்கும் கைதேர்ந்த கதைகளின் தொகுப்பே இந்தப் புத்தகம். எல்லா வயதினரும் படிக்கும் வகையில் கதைகள் எளிமைப்படுத்தப்பட்டுள்ளன.

6. <u>Inspiring Thoughts and Quotes of APJ Abdul Kalam (English and தமிழ்)</u>

ஐயா டாக்டர் ஏ பி ஜே அப்துல் கலாம் அவர்கள் இந்தி-யாவின் 11வது குடியரசுத் தலைவர் ஆவார் மற்றும் இந்தி-

யாவின் தலைசிறந்த விஞ்ஞானி, ஆசிரியர் மற்றும் சிறந்த தன்னம்பிக்கை பேச்சாளர் எனப் பல பணிகள் புரிந்துள்ளார்.

பொதுவாக இந்தியாவின் ஏவுகணை நாயகன் என அனைவராலும் அழைக்கப்படுவார். அவர் சிறந்த கவினரும் கூட, இந்த புத்தகத்தில் அவரது தன்னம்பிக்கை ஊட்டும் மேற்கோள்கள் மற்றும் பொன்மொழிகளை தமிழ் மற்றும் ஆங்கிலத்தில் தொகுத்து வழங்கியுள்ளோம்.

7. உனை உயர்த்தும் உன்னத பழக்கங்கள்/ *Unai uyarthum unnatha palakkangal*

லகில் வாழும் ஒவ்வொருவருக்கும் ஒவ்வொருவிதமான பழக்கங்கள் இருக்கும், அதுவே அவர்களின் வாழ்க்கையை கட்டமைக்கும் முக்கியமான கூறுகளில் ஒன்றாகும். எந்த ஒரு செயலையும் அடிக்கடி, திரும்பத் திரும்பச் செய்வது பழக்கம் எனப்படும்.

மீண்டும் மீண்டும் ஒன்றை செய்வதால் எளிதாகவும் பழக்கமானதாவும் மாறும். ஒரு பழக்கத்தை நாம் எவ்வளவு அதிகமாக மீண்டும் மீண்டும் செய்கிறோமோ, அது மிகவும் எளிதாகவும் நிரந்தரமாகவும் மாறும். இது பழக்கத்தின் சக்தி.

மகிழ்ச்சியான, அதிக திருப்தியான வாழ்க்கையை வாழ, உங்கள் வழக்கமான பழக்கவழக்கங்களில் சில மாற்றங்கள் அவசியம். பழக்கங்கள் நல்லதாகவோ அல்லது கெட்டதா-கவோ இருக்கலாம். நல்ல பழக்கங்களை வளர்த்துக்கொள்-வதும், கெட்டவற்றைத் தவிர்ப்பதும் அவசியம். நல்ல பழக்-கவழக்கங்கள் வாழ்க்கையில் வெற்றிபெற உதவுகிறது.

இப்புத்தகத்தில் நீங்கள், உங்களையுயர்த்தும் சில நல்ல உன்னத பழக்கங்களைப் பற்றி அறியலாம்.

8. Learn Tamil Alphabets With English Pronunciation

Language learning begins at birth and continues throughout life. Through this book one can learn entire Tamil language letters with English sounds. This book helps you to learn quickly as English pronunciation for every letter is clearly mentioned.

<u>9.   திருக்குறள்   (அனைத்து   TNPSC தேர்வுகளுக்கும்)</u>

தமிழில் உள்ள நூல்களிலேயே சிறப்பிடம் பெற்ற நூல் திருக்குறள். தமிழ்நாடு அரசுப் பணியாளர் தேர்வாணையம் (TNPSC) - தமிழின் முக்கியத்துவத்தை உயர்த்தும் வகை- யில் அது நடத்தும் அனைத்து தேர்வுகளிலும் தமிழ் மொழி பாடத்தின் முக்கியத்துவத்தை உயர்த்தியும், தேர்வர்களின் தமிழ்த் திறனை சோதிக்கவும், தமிழ்த் தாளை கட்டாயமாக்- கியுள்ளது.

தமிழ் பாடத்திட்டத்தில் "திருக்குறள்" ஒரு இன்றிய- மையாத இடத்தை பெற்றுள்ளது. "திருக்குறள்" பாடமானது முதல்நிலை மற்றும் முதன்மைத் தேர்வு என்ற இரண்டு நிலைகளிலும் கட்டாயமாக்கப்பட்டுள்ளது.

இந்தப் புத்தகம் மாணவர்கள் எளிதாக "திருக்குறள்" பாடத்தைக் கற்கவும், தமிழ்த் தாளில் திருக்குறள் பகுதியில் கேட்கப்படும் வினாக்களை எளிதில் அணுகும்படியும் அமைக்கப்பட்டுள்ளது.

<u>10. Habits Matter</u>

Everyone living in the world has different habits and that is one of the important elements that make up their life. Repeating any action often is called habit.

Doing something over and over becomes easy and familiar. The more we repeat a habit, the easier and more permanent it becomes. This is the power of habit.

To live a happier, more fulfilling life, some changes in your regular habits are necessary. Habits can be good or bad. It is important to develop good habits and avoid bad ones. Good habits help you succeed in life.

In this book you will learn about some good and noble habits that will elevate you to greater place.